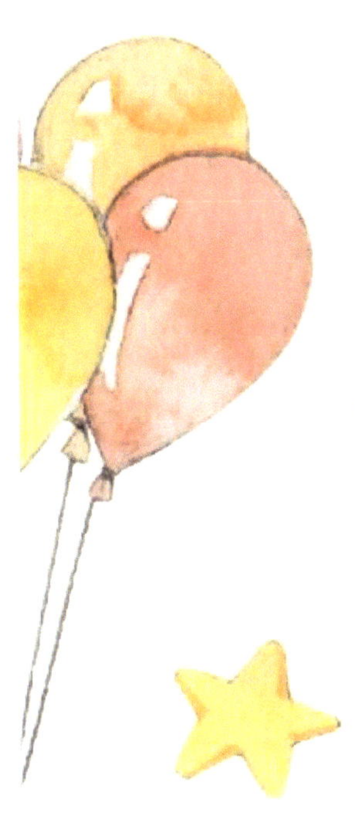

300 Vocabulary Picture Flashcards

English - Thai

granddaughter

หลานสาว

grandmother

ยาย

grandson

หลานชาย

mother

แม่

nephew

หลานชาย

niece

หลานสาว

sister

น้องสาว

son

ลูกชาย

stepdaughter

ลูกเลี้ยง

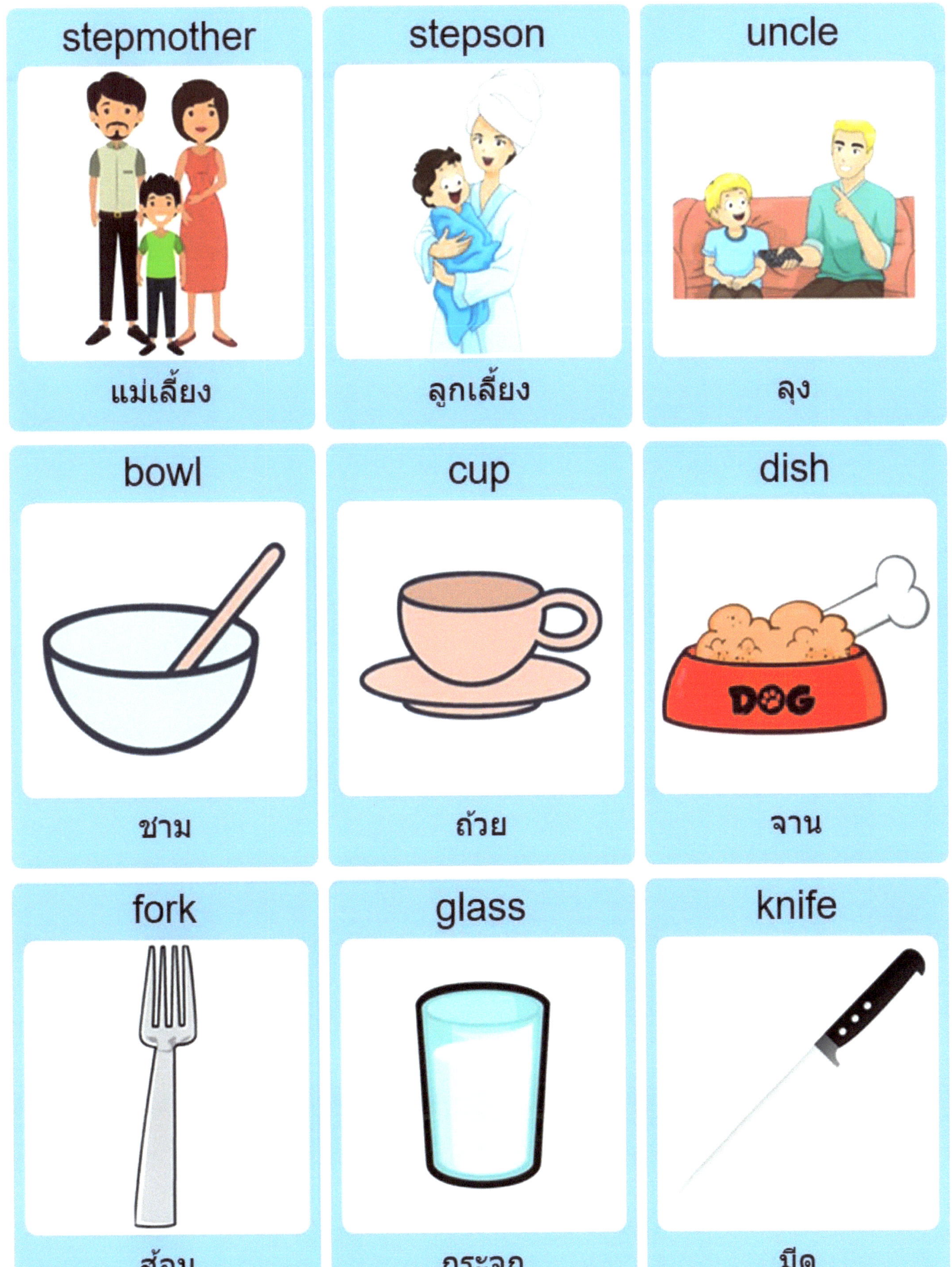
stepmother
แม่เลี้ยง
stepson
ลูกเลี้ยง
uncle
ลุง
bowl
ชาม
cup
ถ้วย
dish
DOG
จาน
fork
ส้อม
glass
กระจก
knife
มีด

mug

เหยือก

napkin

ผ้าเช็ดปาก

pepper

พริกไทย

pitcher

เหยือก

plate

จาน

salad

สลัด

salt

เกลือ

saucer

จานรอง

spoon

ช้อน

sugar	Sunday	Monday
SUGAR	Sunday	Monday
น้ำตาล	วันอาทิตย์	วันจันทร์
Tuesday	**Wednesday**	**Thursday**
Tuesday	Wednesday	Thursday
วันอังคาร	วันพุธ	วันพฤหัสบดี
Friday	**Saturday**	**bake**
Friday	Saturday	
วันศุกร์	วันเสาร์	อบ

boil

ต้ม

broil

ผิง

can opener

ที่เปิดกระป๋อง

fry

ทอด

grill

ย่าง

measuring cup

ถ้วยตวง

measuring spoon

ช้อนตวง

microwave

ไมโครเวฟ

mixing bowl

ชามผสม

paper towels	poach	potholder
กระดาษชำระ	ไข่ลวก	ที่ใส่หม้อ
roast	**rolling pin**	**scramble**
ย่าง	กลิ้งขา	คน (v)
simmer	**knife**	**spoon**
หลน	มีด	ช้อน

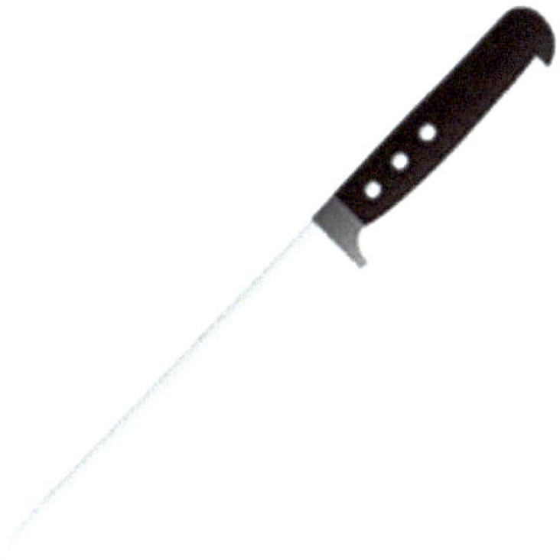

spatula

ไม้พาย

steam

นึ่ง

strainer

เครื่องกรองน้ำ

timer

เครื่องจับเวลา

fork

ส้อม

toaster

เครื่องปิ้งขนมปัง

kettle

กาต้มน้ำ

refrigerator

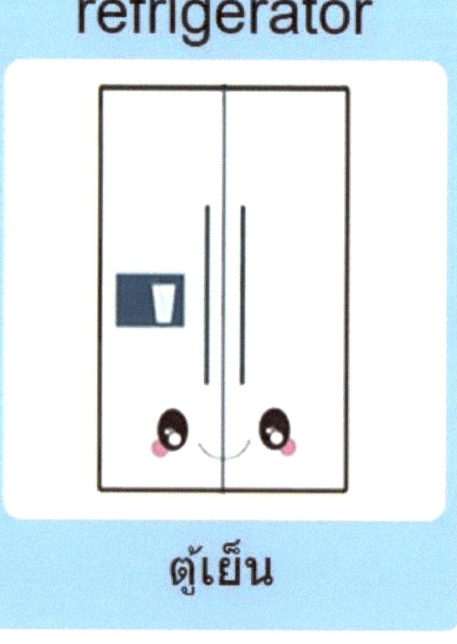

ตู้เย็น

blender

เครื่องปั่น

cabinet

ตู้

cupboard

ตู้

microwave

ไมโครเวฟ

back

กลับ

cheeks

แก้ม

chest

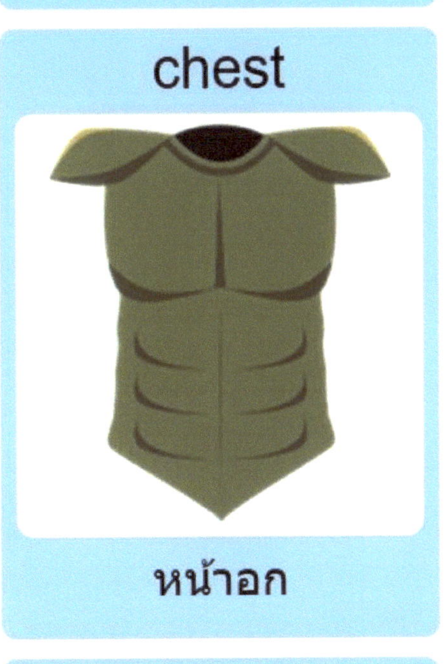

หน้าอก

chin

คาง

ears

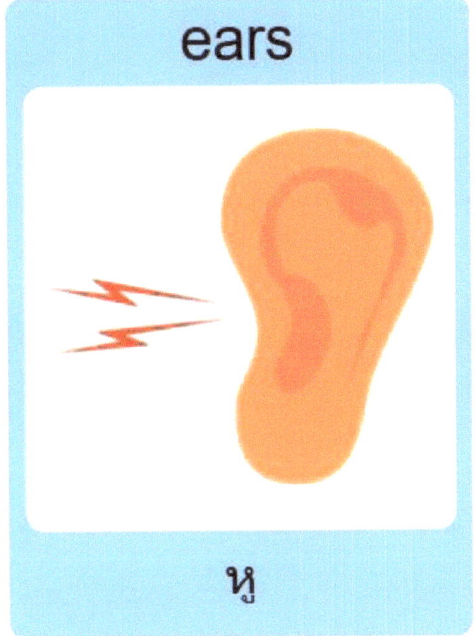

หู

eyebrows

คิ้ว

eyes

ตา

feet

เท้า

fingers

นิ้วมือ

foot

เท้า

forehead

หน้าผาก

hair

ผม

hands

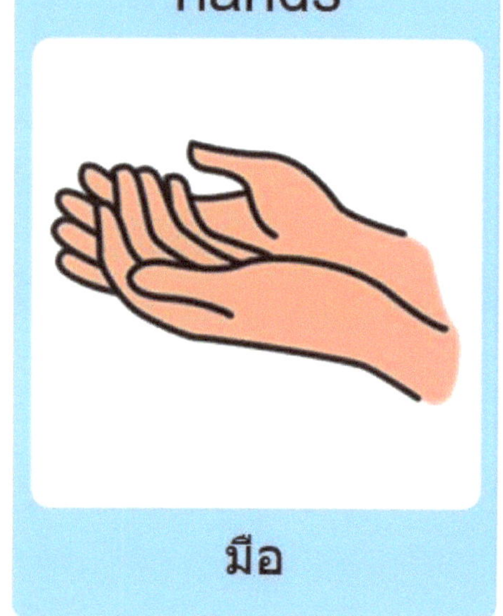

มือ

head

ศีรษะ

hips

สะโพก

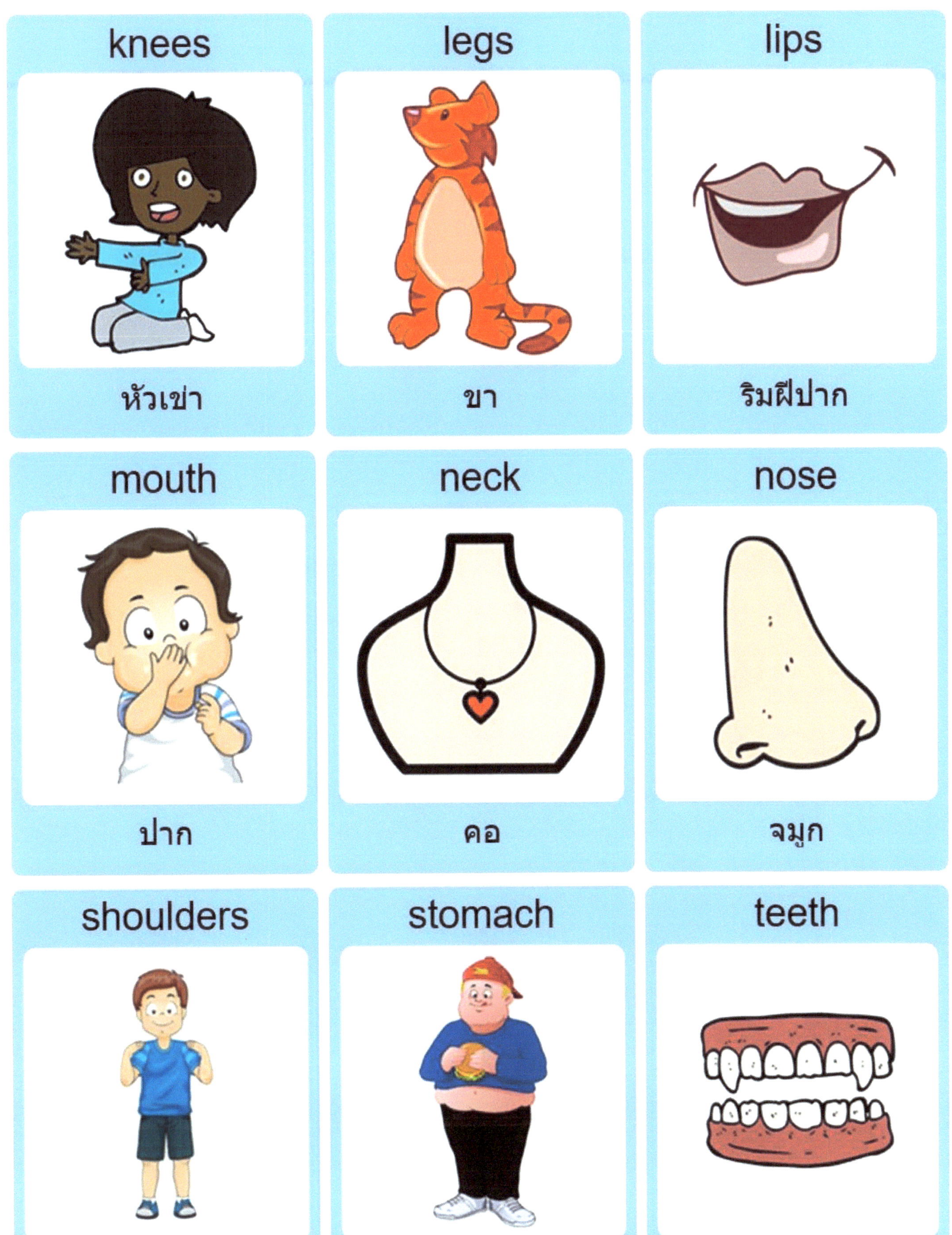
knees
หัวเข่า
legs
ขา
lips
ริมฝีปาก
mouth
ปาก
neck
คอ
nose
จมูก
shoulders
ไหล่
stomach
ท้อง
teeth
ฟัน

throat

ลำคอ

toes

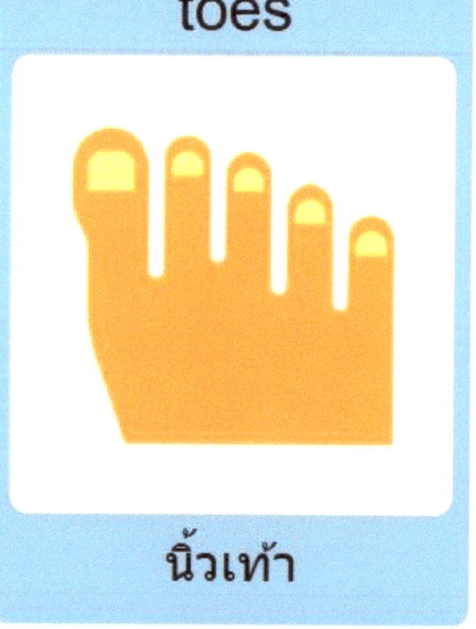

นิ้วเท้า

tongue

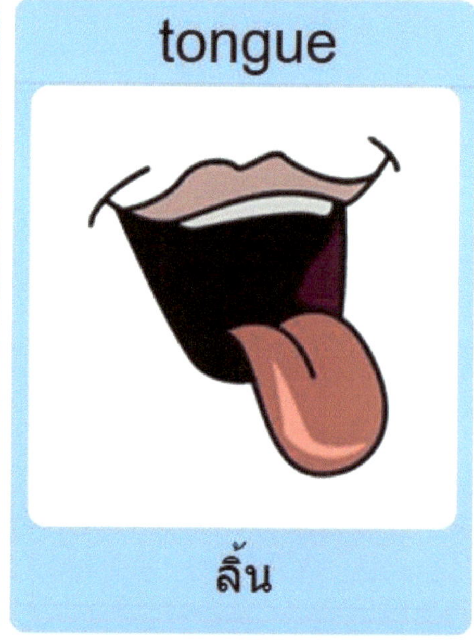

ลิ้น

tooth

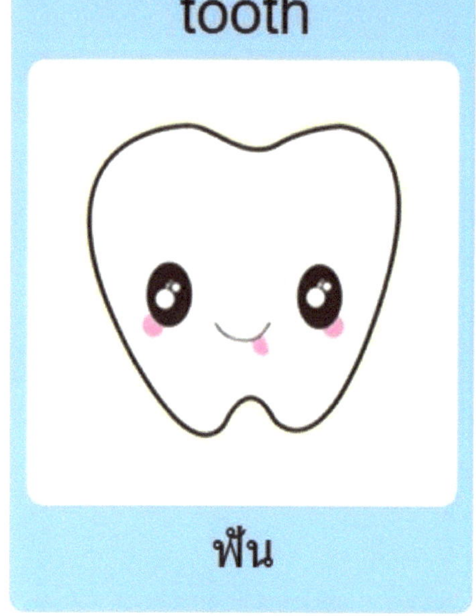

ฟัน

waist

เอว

overalls

เอี๊ยม

mittens

ถุงมือ

beanie

หมวก

apron

ผ้ากันเปื้อน

doll

ตุ๊กตา

rattle

เครื่องเขย่ามือ

toy

ของเล่น

diaper

ผ้าอ้อม

bassinet

เปลเด็ก

bib

ผ้ากันเปื้อนเด็ก

octagon

แปดเหลี่ยม

triangle

สามเหลี่ยม

square

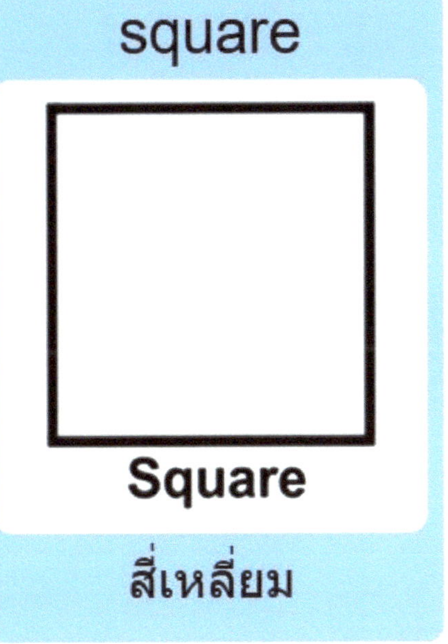

สี่เหลี่ยม

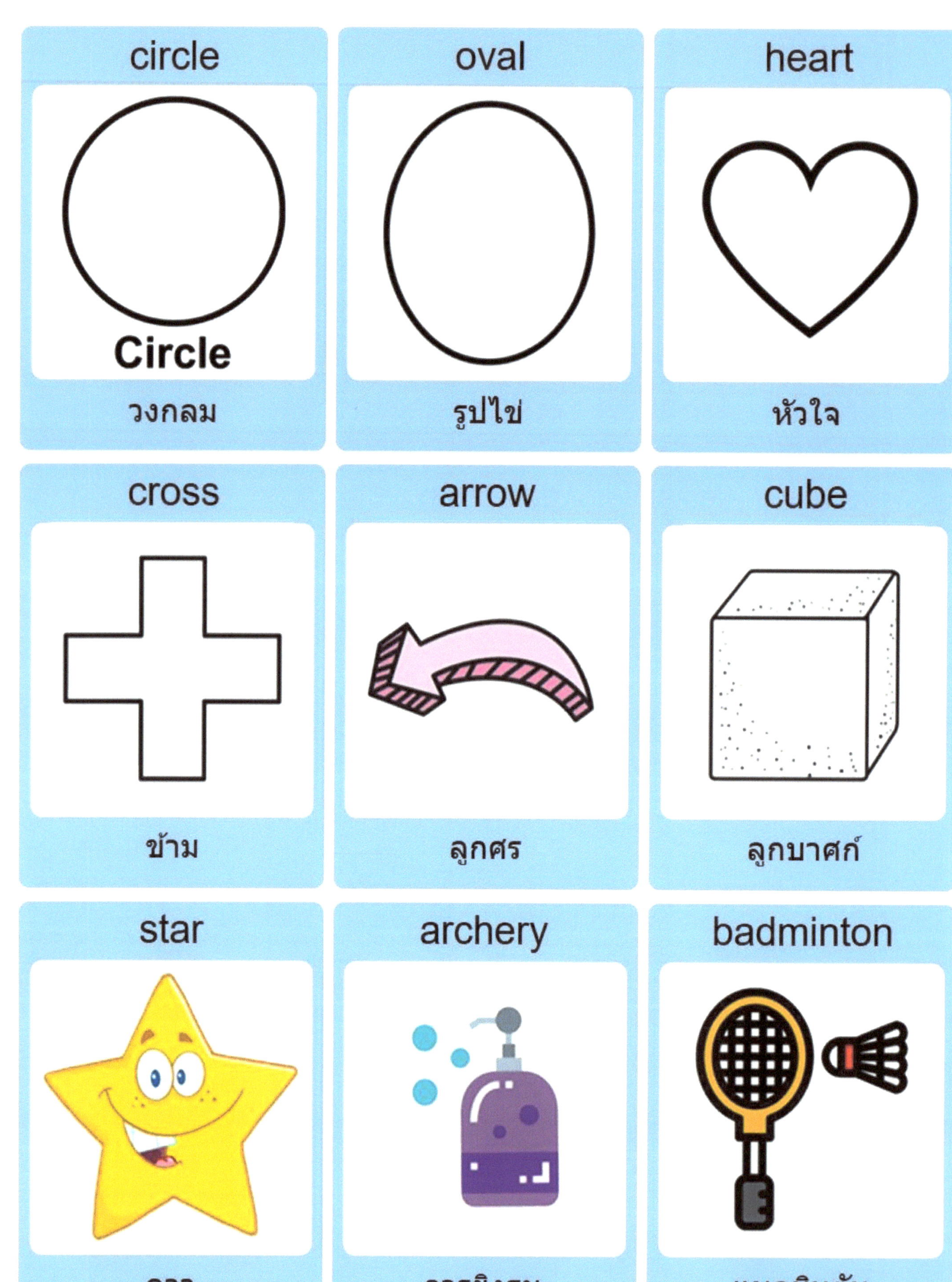
circle
Circle
วงกลม
oval
รูปไข่
heart
หัวใจ
cross
ข้าม
arrow
ลูกศร
cube
ลูกบาศก์
star
ดาว
archery
การยิงธนู
badminton
แบดมินตัน

cricket

จิ้งหรีด

bowling

โบว์ลิ่ง

boxing

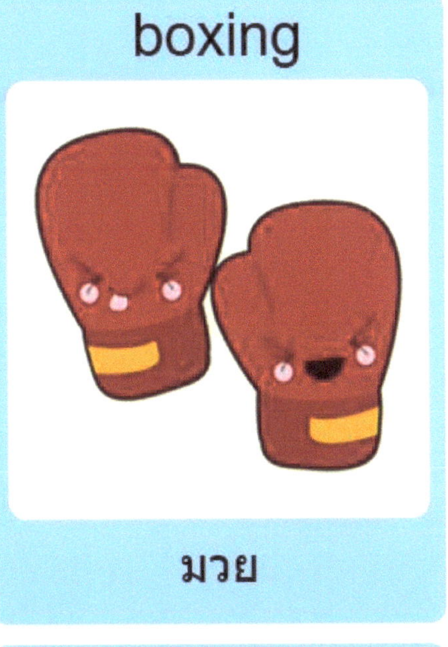

มวย

tennis

เทนนิส

skateboarding

สเก็ตบอร์ด

surfing

โต้คลื่น

hockey

ฮอกกี้

yoga

โยคะ

fencing

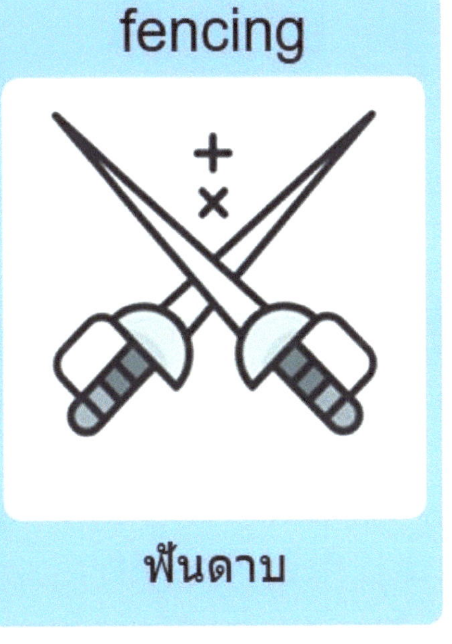

ฟันดาบ

fitness

การออกกำลังกาย

gymnastics

พลศึกษา

karate

คาราเต้

volleyball

วอลเลย์บอล

weightlifting

การยกน้ำหนัก

basketball

บาสเกตบอล

baseball

กีฬาเบสบอล

rugby

รักบี้

wrestling

มวยปล้ำ

car racing

รถแข่ง

cycling

ขี่จักรยาน

running

วิ่ง

table tennis

ปิงปอง

fishing

ประมง

judo

ยูโด

climbing

ปีนเขา

shooting

ยิงปืน

golf

กอล์ฟ

ride
ขี่
sit down
นั่งลง
stand up
ยืนขึ้น
fight
สู้
laugh
หัวเราะ
read
อ่าน
play
เล่น
listen
ฟัง
cry
ร้องไห้

think

คิด

sing

ร้องเพลง

watch tv

ดูโทรทัศน์

dance

เต้นรำ

turn on

เปิด

turn off

ปิด

win

ชนะ

fly

บิน

cut

ตัด

throw away

ทิ้ง

sleep

นอน

close

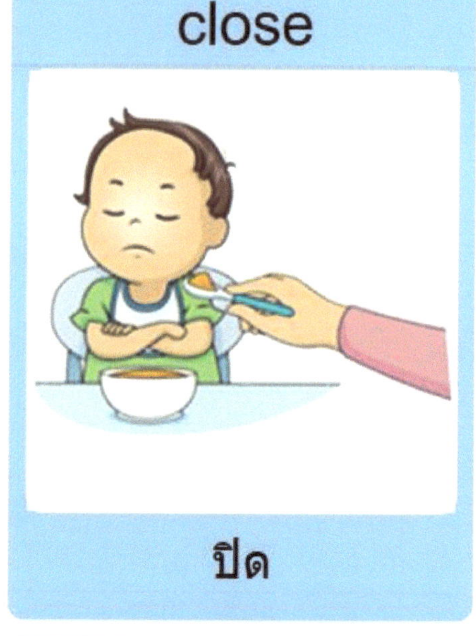

ปิด

open

เปิด

write

เขียน

give

ให้

jump

กระโดด

eat

กิน

drink

ดื่ม

cook

ปรุงอาหาร

wash

ล้าง

wait

รอ

climb

ไต่

talk

การพูดคุย

crawl

คลาน

dream

ฝัน

dig

ขุด

clap

ตบมือ

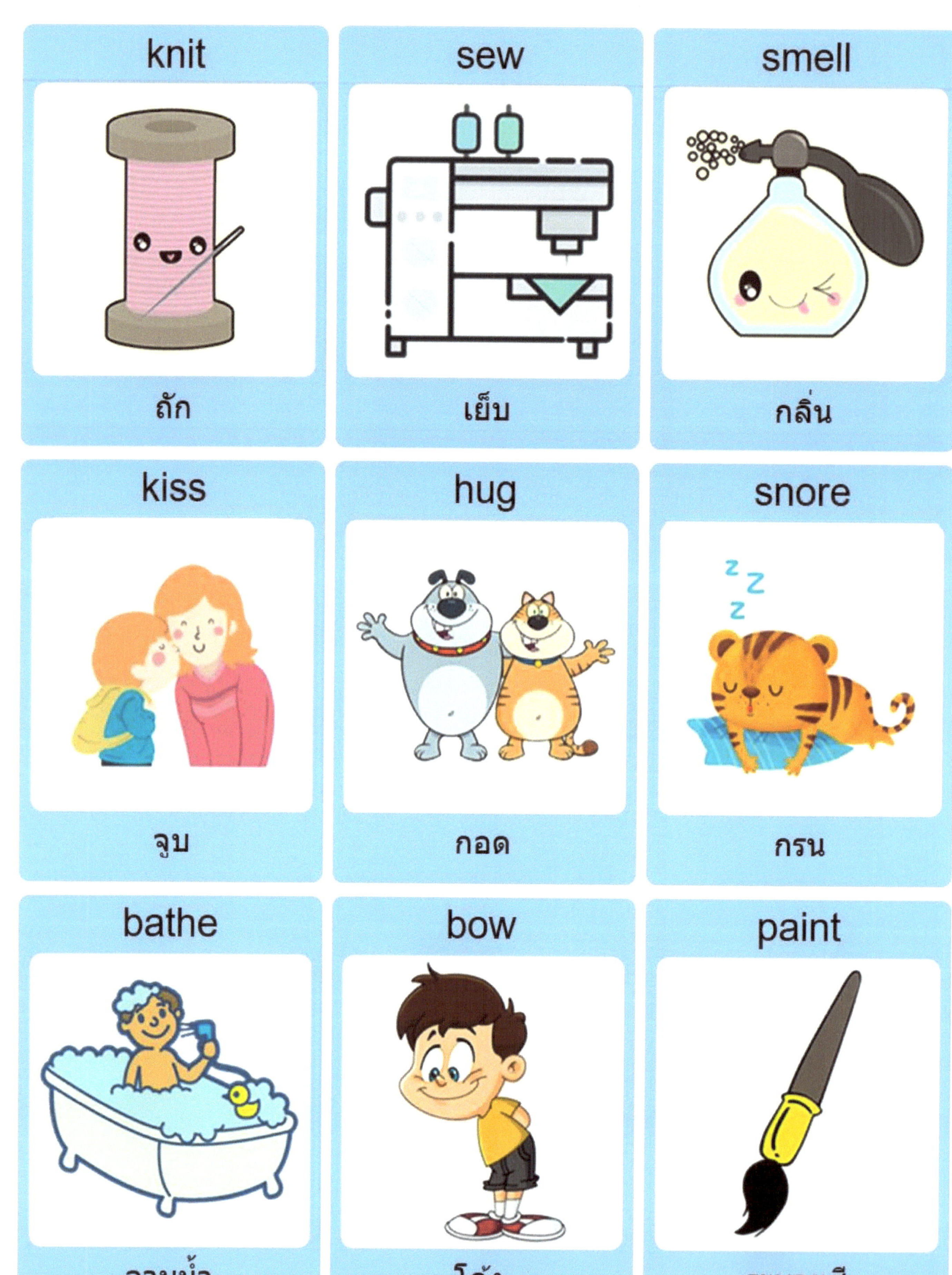
knit
ถัก
sew
เย็บ
smell
กลิ่น
kiss
จูบ
hug
กอด
snore
กรน
bathe
อาบน้ำ
bow
โค้ง
paint
ระบายสี

dive

ดำน้ำ

ski

สกี

stack

ซ้อนกัน

buy

ซื้อ

shake

เขย่า

programmer

โปรแกรมเมอร์

veterinarian

สัตวแพทย์

street vendor

ผู้ขายตามท้องถนน

miner

คนขุดแร่

teacher

ครู

bellboy

พนักงานบริการ

speaker

นักพูด

butcher

คนขายเนื้อ

pharmacist

เภสัชกร

receptionist

พนักงานต้อนรับ

politician

นักการเมือง

tour guide

มัคคุเทศก์

entrepreneur

ผู้ประกอบการ

ballet dancer

นักเต้นบัลเล่ต์

astronaut

มนุษย์อวกาศ

judge

ผู้พิพากษา

lawyer

ทนายความ

cashier

แคชเชียร์

taxi driver

คนขับแท็กซี่

plumber

ช่างประปา

musician

นักดนตรี

chef

พ่อครัว

baker

คนทำขนมปัง

artist

ศิลปิน

actor

นักแสดงชาย

bartender

นักผสมเครื่องดื่ม

hairdresser

ช่างทำผม

bishop

พระสังฆราช

optician

ช่างแว่นตา

florist

คนขายดอกไม้

writer

นักเขียน

accountant
นักบัญชี
wine
ไวน์
coffee
กาแฟ
lemonade
น้ำมะนาว
hot chocolate
ช็อคโกแลตร้อน
milkshake
นมปั่น
water
น้ำ
tea
ชา
milk
นม

beer

เบียร์

soda

โซดา

smoothie

สมูทตี้

milkshake

นมปั่น

coconut milk

กะทิ

orange juice

น้ำส้ม

cocoa

โกโก้

cheese

ชีส

egg

ไข่

butter

เนย

margarine

มาการีน

yogurt

โยเกิร์ต

cottage cheese

คอทเทจชีส

ice cream

ไอศครีม

cream

ครีม

sandwich

แซนด์วิช

sausage

ไส้กรอก

hamburger

แฮมเบอร์เกอร์

hot dog
ฮอทดอก
bread
ขนมปัง
pizza
พิซซ่า
steak
สเต็ก
roast chicken
ไก่ย่าง
fish
ปลา
seafood
อาหารทะเล
ham
แฮม
kebab
เคบับ

bacon

เบคอน

sour cream

ครีมเปรี้ยว

cow

วัว

rabbit

กระต่าย

duck

เป็ด

shrimp

กุ้ง

pig

หมู

bee

ผึ้ง

goat

แพะ

crab

ปู

deer

กวาง

turkey

ไก่งวง

dove

นกพิราบ

sheep

แกะ

fish

ปลา

chicken

ไก่

horse

ม้า

wing chair

เก้าอี้มีแขน

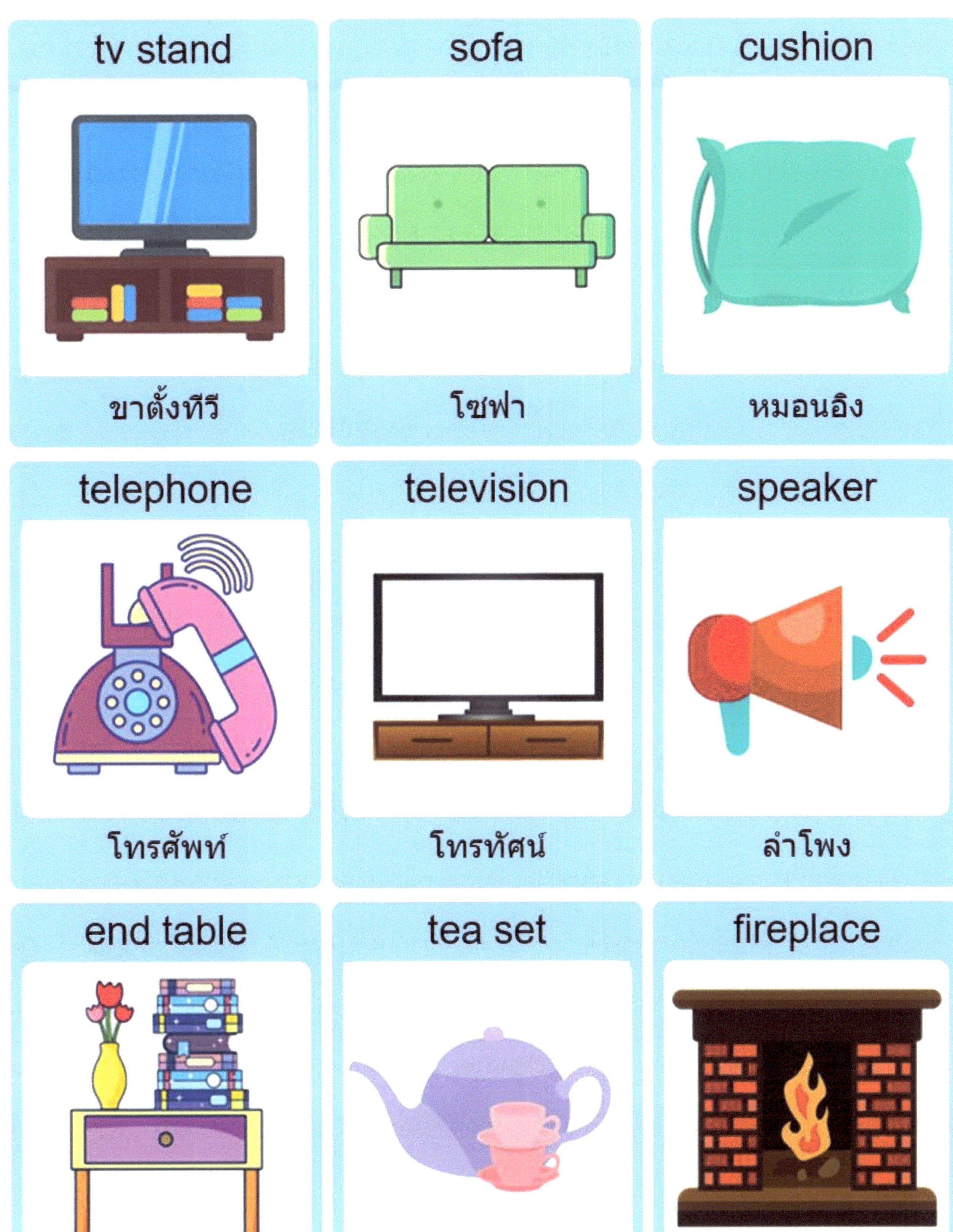
tv stand
ขาตั้งทีวี
sofa
โซฟา
cushion
หมอนอิง
telephone
โทรศัพท์
television
โทรทัศน์
speaker
ลำโพง
end table
โต๊ะข้างๆ
tea set
ชุดชา
fireplace
เตาผิง

remote

รีโมท

fan

พัดลมไฟฟ้า

floor lamp

โคมไฟตั้งพื้น

carpet

พรม

table

โต๊ะทำงาน

blinds

ผ้าม่าน

curtains

ผ้าม่าน

picture

ภาพ

vase

แจกัน

clock

นาฬิกา

pillow

หมอน

hat stand

ที่แขวนหมวก

dressing table

โต๊ะเครื่องแป้ง

table lamp

โคมไฟ

mirror

กระจกเงา

ironing board

ที่รองรีด

hope chest

กล่องที่มีลิ้นชัก

night table

โต๊ะข้างเตียง

bed

เตียง

air-conditioner

เครื่องปรับอากาศ

jug

เหยือก

toothpaste

ยาสีฟัน

toothbrush

แปรงสีฟัน

soap

สบู่

clothespin

หนีบผ้า

hanger

ไม้แขวนเสื้อ

hair dryer

เครื่องเป่าผม

shampoo
แชมพูสระผม
bubble
ฟอง
brush
แปรง
toilet paper
กระดาษชำระ
towel
ผ้าขนหนู
clothesline
ราวแขวนผ้า
shower
ฝักบัว
bathtub
อ่างอาบน้ำ
laundry detergent
น้ำยาซักผ้า

bucket

ถัง

mops

ไม้ถูพื้น

liquid soap

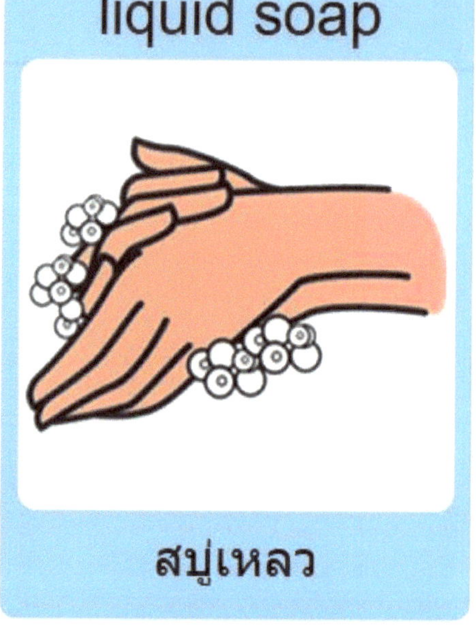

สบู่เหลว

washing powder

ผงซักฟอก

trash bag

ถุงขยะ

trash can

ถังขยะ

sinks

อ่างล้างมือ

toilet bowl

โถชักโครก

washing machine

เครื่องซักผ้า

laundry basket

ตะกร้าซักผ้า

razor

มีดโกน

electric razor

มีดโกนหนวดไฟฟ้า

shaving cream

ครีมโกนหนวด

mouthwash

น้ำยาบ้วนปาก

cotton bud

ที่แคะหู

hair brush

แปรงผม

comb

หวี

cleanser

น้ำยาทำความสะอาด

www.ingramcontent.com/pod-product-compliance
Ingram Content Group UK Ltd.
Pitfield, Milton Keynes, MK11 3LW, UK
UKHW060107300726
14090UKWH00003B/398

* 9 7 9 8 5 2 0 9 2 4 0 8 1 *